കാത്തിരുപ്പ്

വിജയൻ പാമ്പാടി

Copyright © Vijayan Pampady
All Rights Reserved.

This book has been published with all efforts taken to make the material error-free after the consent of the author. However, the author and the publisher do not assume and hereby disclaim any liability to any party for any loss, damage, or disruption caused by errors or omissions, whether such errors or omissions result from negligence, accident, or any other cause.

While every effort has been made to avoid any mistake or omission, this publication is being sold on the condition and understanding that neither the author nor the publishers or printers would be liable in any manner to any person by reason of any mistake or omission in this publication or for any action taken or omitted to be taken or advice rendered or accepted on the basis of this work. For any defect in printing or binding the publishers will be liable only to replace the defective copy by another copy of this work then available.

ആരോടും കടപ്പാട് ഇല്ല. എന്നെ ഞാനാക്കിയ ഈ വരികൾക്ക്
ശക്തമായ അർഥം തന്ന എല്ലാവർക്കും സമർപ്പിക്കുന്നു.

ഉള്ളടക്കം

ആമുഖം

ജീവിതം ഒരു കാത്തിരിപ്പാണ്. വരാൻ പോകുന്ന അതിഥിക്ക് വേണ്ടി. ജനിക്കാൻ പോകുന്ന കുട്ടിക്ക് വേണ്ടി. കാണാത്ത ദൈവത്തിന്നു വേണ്ടി. കുളിർപ്പിക്കുന്ന മഴയ്ക്കുവേണ്ടി

മുഖവുര

ഓരോ ശക്തമായ തോന്നലുകളും ഓരോ കവിതയായി. ചിലതു മനസ് വെറുത്തും, ചിലതു മനസ് കീറിയും പോയത്. അതിന്റെ അന്തസത്ത കളയാത്തെ സൂക്ഷിച്ചു വായനക്കാരുടെ ചിന്തയ്ക്കായി വിട്ടുകൊടുക്കുന്നു. ഞാൻ കടന്നു പോയ പാതകൾ എന്നിക്കു തന്നെ അജ്ഞാതം. അതിന്റെ തീവ്രത ഞാൻ ഇന്ന് മറന്നു തുടങ്ങി. എന്നാലും ആ വരികൾ വായിക്കുമ്പോൾ അതിന്റെ ഒരു കാറ്റ് കിട്ടും.

കടപ്പാട്

ആരോടും കടപ്പാട് ഇല്ല. എന്നെ ഞാനാക്കിയ ഈ വരികൾക്ക്
ശക്തമായ അർഥം തന്ന എല്ലാവർക്കും സമർപ്പിക്കുന്നു.

1. കാത്തിരിപ്പ്

ഒരിക്കലും വരാത്ത ഫോണിനായി ഞാൻ
ഒരിക്കലും ചലിക്കാത്ത കോളിംഗ് ബില്ലിനായി
ഒരിക്കലും കേൾകാത്ത കാൽ പെരുമാറ്റത്തിനായി
ഒരിക്കലും കിട്ടാത്ത സ്നേഹത്തിനായി
ഒരിക്കലും വരാത്ത വിളിക്കായി
കാത്തിരുന്നു ഒരിക്കലും വരാതെ എന്തിനൊക്കെയോ വേണ്ടി!

2. കാലം

കാലം നീങ്ങുന്നു
ഞാൻ ഇല്ലെങ്കിലും

എന്റെ ശബ്ദവും
എന്റെ രൂപവും
മാഞ്ഞു പോയി
എങ്കിലും കാലം നീങ്ങുന്നു

ഒന്നും മാറിയില്ല
ഒന്നിനും മാറ്റമില്ല
മാറിയത് ഞാൻ മാത്രം
ഈ ലോകത്തിൽ നിന്ന്

പറിച്ചെടുത്തു വലിച്ചെറിഞ്ഞു
പിന്നെയും എടുത്തു
ചുഴറ്റി എറിഞ്ഞു
എൻ ജീവൻ പോയി മറയുവോളം

3. പാവ

ചിരിക്കുന്ന പാവ
ചാടുന്ന പാവ
മിണ്ടാത്ത പാവ
കരയാത്ത പാവ
തല്ലു കൊള്ളുന്ന പാവ
ചീത്ത കേൾകുന്ന പാവ
മിണ്ടാത്ത പാവ
കരയാത്ത പാവ

ഓടുന്ന പാവ
ഏറു കൊള്ളുന്ന പാവ
മിണ്ടാത്ത പാവ
കരയാത്ത പാവ

ഹൃദയം നോവുന്ന പാവ
മനം മടുക്കാത്ത പാവ
മിണ്ടാത്ത പാവ
കരയാത്ത പാവ

4. ആരോ അവര്‍

കണ്ണ് തുറന്നു കണ്ടതാരെയോ അവള്‍ അമ്മ
അവള്‍ കാണിച്ച പുരഷന്‍ അച്ഛരന്‍
അവര്‍ വിളിച്ച നാമമോ എന്‍ പേര്‍
അവര്‍ കാണിച്ചവര്‍ സഹോദങ്ങള്‍
ചുറ്റുമുള്ളവര്‍ ആരൊക്കെയോ അവര്‍ വീട്ടുകാര്‍
ഒരുമിച്ചു കളിച്ചു തുടങ്ങിയവര്‍ കൂട്ടുകാര്‍
വിദ്യ പടിപിച്ചവര്‍ അധ്യാപകര്‍
എല്ലാവരും ചേര്‍ന്ന് കണ്ടുപിടിച്ചവള്‍ ഭാര്യ.
വീണ്ടും ഒരാവര്‍ത്തനം
പുതിയ ഞാന്‍ എന്റെ മക്കള്‍
മഴ മാറി വെയില്‍ വന്നു
കറുപ്പ് പോയി വെളുപ്പു വന്നു
സ്നേഹം മാറി വെറുപ്പ് വന്നു
കണ്ടിരിക്കും ജനം മാറി മറിഞ്ഞു
ആരോ വഴിനടത്തി
ആരോ ആക്രോശിച്ചു
ആരോ കടന്നു പിടിച്ചു
ആരോ വാതിലടച്ചു
ഓര്‍മ്മകള്‍ മരവിച്ചു
കണ്ണുകള്‍ അടഞ്ഞു
ശരീരം തണുത്തു
ശ്വാസം പോയി മറഞ്ഞു
ആരൊക്കെയോ പുതപ്പിച്ചു
ആരൊക്കെയോ വിലപിച്ചു
ആരൊക്കെയോ ചിരിച്ചു

ആരൊക്കെയോ കത്തിച്ചു
ആരാണ് ഞാൻ
ആരാണ് ശരി
ആരോ നിശ്ചയിച്ചു -
പഠിപ്പിച്ച എന്തോ !

5. അന്ധനോ സംഘിയോ?

വെളിച്ചമല്ല ഇരുട്ടെന്നു അവർ
വെയിലല്ല മഴ എന്നവർ
സമുദ്രമല്ല മരുഭൂമി എന്നവർ
സന്തോഷമല്ല സന്താപംമെന്നും അവർ.
ചിരിയല്ല കരച്ചിൽ എന്നവർ
ശാന്തിയല്ല ഭീതി എന്നവർ
സ്നേഹമല്ല വെറുപ്പെന്നവർ
മിത്രം അല്ല ശത്രുവെന്നും അവർ.
വിശ്വാസമല്ല അവിശ്വാസം എന്നവർ
ഭക്തി അല്ല അഭക്തി എന്നവർ
സൗഹാർദ്ദമല്ല ശത്രുത എന്നവർ
ബഹുമതിയല്ല ലജ്ജയെന്നവർ.
ഇവർ അന്ധരോ?
ബുധിഹീനരോ?
സ്തുതിപാടകരോ?
സംഘികളോ?

6. നടന്നു നീങ്ങി

അവൾ നടന്നു നീങ്ങി
ജനസമുദ്രത്തിൽ ഒരു ഒച്ചിനെ പോലെ
തട്ടി വീഴുമോ എന്ന് ഭയപെട്ടു ഞാൻ
ഓരോ കാൽവെപ്പ് നോക്കി നിന്നു.

ഒഴുകുന്ന സമുദ്രം അവളുടെ ലക്ഷ്യം മായിച്ചില്ല
അടിക്കുന തിരകൾ അവൾ കണ്ടില്ല
പായുന്നത് വാഹനങ്ങളെന്നോ അറിഞ്ഞില്ല
മെല്ലെ അവൾ നടന്നു നീങ്ങി

ചിലർ ചിരിച്ചു
ചിലർ പരിഹസിച്ചു
ചിലർ ആട്ടിപായിച്ചു
മെല്ലെ അവൾ നടന്നു നീങ്ങി

മുന്നിൽ തടസം എന്ന് അറിയാതെ
അരികിൽ കുഴി എന്നറിയാതെ
അളന്നു മുറിച്ചും കിഴിച്ചും
മെല്ലെ അവൾ നടന്നു നീങ്ങി

എന്തിനു സൃഷ്ടി കർത്താവു
ഇങ്ങനൊരു ജന്മം നൽകി.
എങ്ങനെ ലക്ഷ്യത്തിൽ എത്തും
എന്ന് ഞാൻ നിനച്ചു പോയി.

കണ്ണിൽ ഈറനും
മനസ്സിൽ ഇരുട്ടും
കാലുകൾക്ക് ഭാരവുമായി
മെല്ലെ ഞാനും നടന്നു നീങ്ങി

7. നന്മ

നന്മ ചെയ്യൂ സോദരാ
നീ വസിക്കുന്ന ലോകത്തോട്
നന്മ ചെയ്യൂ സോദരാ
നീ അറിയുന്ന മാനവനോട്.
ഒരു നോക്കിൽ നന്മ ഉണ്ട്
ഒരു ചിരിയിൽ നന്മ ഉണ്ട്
ഒരു തലോടലിൽ നന്മ ഉണ്ട്
നന്മ ചെയ്യൂ സോദരാ.
ഇനി കുറച്ചു ദൂരം മാത്രം
നാം ഒരുമിച്ചുള്ള യാത്ര
എന്തിനു ഏഷണിയും പരാതിയും
നന്മ ചെയ്യൂ സോദരാ.
ലോകം വലുത്
ജനം അനേകായിരം
ഇന്നിന്റെ ചെറു നന്മ
നാളെയെ മാറ്റിയെക്കാം.
തുടങ്ങട്ടെ നിന്നിൽ നിന്നും
പടരട്ടെ വാനിലും ഊഴിയിലും
തിന്മയെ നന്മ മാറ്റട്ടെ
നന്മ ചെയ്യൂ സോദരാ.

8. കാമം

ഞാൻ കത്തും കനൽ
ഞാൻ നോക്കും മർത്ത്യർ
എരിയും മനം
തിളക്കും നിണം.
എനിക്ക് മുന്നിൽ -
ലിംഗ ഭേദങ്ങൾ ഇല്ല
പ്രായ ഭേദങ്ങൾ ഇല്ല
വർണ്ണ ഭേദങ്ങൾ ഇല്ല.
ഉള്ളത് ഒന്ന് മാത്രം
"ആവേശം"
ഒരു നിമിഷം
കൊണ്ട് തീരുമാവേശം.
രാത്രിയുടെ കട്ട ഇരുട്ടിൽ
വിജനതയുടെ തീരങ്ങളിൽ
നിശബ്ദതയുടെ അകമ്പടിയിൽ
ആ രോദനം പുളകിതം.
എനിക്ക് മുന്നിൽ -
എല്ലാം വസ്തു
ആവേശ തിമർപ്പ്
തീർക്കും ഇര.
ചുടു ചോര തിളക്കുമ്പോൾ
അന്ധനായി
വലിച്ചു കീറും
കുരുന്നു ബാല്യം.
പൊട്ടിയ വളകൾ

കീറിയ വസ്ത്രം
ഇട്ട് വീഴും ചുടു നിണം
തരും വീണ്ടും ആവേശം.
പ്രേമം അല്ല
സ്നേഹം അല്ലെ
കരുതൽ അല്ല
വെറും കാമം.
കാമത്താൽ അന്ധൻ
കാമത്താൽ ബധിരൻ
കാമത്താൽ മൂകൻ
സർവവും കാമം.

9. ഞാനും രാഷ്ട്രീയകാരന്

ഞാനും നീയും ഒന്ന്
നാമം ഒന്നിച്ചാൽ രാഷ്ട്രീയം
നാം വിഘടിച്ചാൽ അരാഷ്ട്രീയം

ഞാനും നീയും ഒന്ന്
നാം സ്നേഹിച്ചാൽ രാഷ്ട്രീയം
നാം വെറുത്താൽ അരാഷ്ട്രീയം.
ജാതിയിൽ അരാഷ്ട്രീയം
മതത്തിൽ അരാഷ്ട്രീയം
സംഘത്തിൽ അരാഷ്ട്രീയം
രാഷ്ട്രീയം അരാഷ്ട്രീയമായി.

ദരിദ്രനെ സഹായിക്കും രാഷ്ട്രീയം
മുതലാളിയെ തുണയ്ക്കും അരാഷ്ട്രീയം
അന്യനെ ഒരുമിപ്പിക്കും രാഷ്ട്രീയം
സമൂഹത്തെ ഉരസിപ്പിക്കും അരാഷ്ട്രീയം

ഞാനും ഒരു രാഷ്ട്രീയകാരൻ
സ്നേഹത്തിന്റെ രാഷ്ട്രീയം
സഹോദര്യത്തിന്റെ രാഷ്ട്രീയം
നന്മയുടെ രാഷ്ട്രീയം.

10. യാത്ര

എൻ മനമായ വിളക്കിലെ
അവസാന തിരിയും അണഞ്ഞു പോയി,
അണയിച്ചത് ആര്?
കാറ്റോ? അതോ എൻ
കണ്ണീർ തന്നെയോ.
ഒരിക്കലും തീരാത്ത
യാത്രയിൽ എൻ പാത
ഇരുട്ടിലാണ്ട് പോയി.
വിശ്രമ സ്ഥലം എവിടെ
നേർ വഴി ഏതു,
ഒരിറ്റു പ്രകാശം
ഒരു പുതു ജീവൻ
എൻ കണ്ണീർ പുഴ
ആ മഹാ സമുദ്രത്തിൽ ചേർന്നു കഴിഞ്ഞുവോ?
അറിയില്ല! ഒന്നും അറിയില്ല

11. മരണദേവന്

മരണം എന്ന നിത്യ സ്വത്രന്ത്യമേ
നീ എന്ന് എൻ മേൽ കനിയും?
ഒരു മുക്തി, ഒരു വിശ്രമം
മോഹിച്ചു ഞാൻ കേഴുന്നു.
നിൻ ബലിഷ്ട കരങ്ങളിൽ
ഒന്ന് തൊടാൻ, ആ കരുത്ത് ഒന്ന്
അറിയാൻ ഞാൻ വെമ്പുന്നു.
വരൂ ദേവ ഒരു വേള
കാണാൻ വരൂ...
ജീവിത പന്ഥാവിൽ ഞാൻ
വൃഥാ ഉഴലുന്നു, എന്തിനു?
സ്നേഹമില്ല കയങ്ങളിൽ മുങ്ങി
പൊങ്ങുന്നു മനുഷ്യ കോലങ്ങൾ
കണ്ടു ഞാൻ നടുങ്ങുമ്പോൾ
എൻ കാർ മേഘാവൃതമായ ഹൃദയത്തിൽ
പ്രകാശമായി നീ വന്നു പതിക്കും
എന്ന പ്രത്യാശയിൽ ഞാൻ നടന്നു.
തമാസമരുതേ.
തീമയമായ കണ്ണുകളിൽ നിന്ന് വീണ
ആ തീകുണ്ഡം എവിടേ,
ആ അഗ്നിയെ ഞാൻ പുൽകട്ടെയോ?
സൂര്യപ്രകാശം ആദ്യമായി എൻ
കാതിൽ മന്ത്രിച്ചത് ശാപമോ,
അതോ അശാന്തിയുടെ മന്ത്രമോ.
ഭൂവിൽ വാഴുന്ന മർത്യന്

ഒരേ ഒരു വിശ്വാസം
ഒരു നാൾ നിന്നെ പുൽകും എന്നത്.
എന്തിനീ ജീവിതം?
സൃഷ്ടീശ്വര നീ -
എവിടെ ഒളിച്ചിരിക്കുന്നു.
എൻ നെടുവീർപ്പുകൾ
നീ കേൾക്കുന്നില്ലേ?
നിൻ കാതിൽ അവർ
ഈയം ഒഴിച്ചുവോ?
ഒരു കൈ മറുകൈ നൊമ്പരപ്പെടുത്തിയതും
ഒരു കണ്ണ് മറുകണ്ണ് കുത്തി പൊടിച്ചതും
കണ്ടു ഞാൻ തകരുന്നു.
എന്നിരുന്നാലും ഞാൻ
കാത്തിരിക്കുന്നു.
ബലിഷ്ട കരങ്ങളും
തീമയമായ കണ്ണുകളും
രക്ത വർണ്ണാങ്കിത നാവു -
മായി അവൻ വരും
എൻ മരണദേവൻ.

12. റോസാപ്പൂവ്

പൂവേ നിൻ നറുമണം എവിടേ പോയി?
നിൻ മധു നുകർന്നിരുന്ന വണ്ട് എവിടേ പോയി?
നിൻ സുന്ദര പൂവിതൾ
പുൽകി പോയിരുന്ന ഇളം കാറ്റ് എവിടേ പോയി?
നിൻ അന്ത്യ ദിനത്തിൽ അവയെല്ലാം പോയി മറഞ്ഞുവോ?
നിൻ അഴക് വർധിപ്പിച്ച ഹിമകണങ്ങൾ
ഇന്ന് നിൻ കണ്ണീരായി മാറിയോ?
അരുതു, ദുഖിക്കവേണ്ട
ജീവികൾക്കും അന്ത്യ ദിനത്തിൽ
ഇതേ സംഭവിപ്പൂ...
കൈയിലെടുത്തു താലോലിച്ച മാനവൻ
നിന്നെ ചവട്ടിയരച്ചന്നിരിക്കാം...
എന്നാലും എൻ പൂവേ നിൻ
ചുടു കണ്ണീർ ഭൂമിയുടെ തിരു നെറ്റിയിൽ
വീണു പൊള്ളരുതെ..
ക്ഷേമിക്ക, ഈ ലോകത്തോട്
കത്ത് രക്ഷിച്ച ധാരണിക്കു വേണ്ടി...

13. അനിലന്

ആഞ്ഞടിച്ചുയരുന്ന അലകൾ-
ക്കരികെ ഞാൻ ഒരു മാത്ര
പകച്ചു നിന്നപോൾ നിൻ മൃദു
കൈത്തളമെൻ മൂർദ്ധാവിൽ
തലോടിയ നിമിഷത്തിൽ ആന്ദപാര-
വശ്യത്തിൽ ഞാൻ ഒരു നേരെ-
മെന്നെ മറന്നു നിന്നതിൻ ശിക്ഷയോ
സോദര, ഈ കൊടും ചൂടിൽ നീ
എന്നെ ഈകാനായി ഉപേക്ഷിച്ചത്...

നീലാകാശം മാഞ്ഞു, കർമേഘ
കൂണുകൾ നിറയുന്നത് കണ്ടെൻ അന്തരംഗ-
ത്തിൽ ശോകത്തിന്റെ ഒരു പിടി തീക്കനൽ
ആളുന്നത് കണ്ടിട്ടുമെൻ സുഹൃത്തേ
എന്തേ അണക്കുവാൻ നീ വന്നീല...

തുടർനുള്ള യാത്രയിൽ ദിശയറിയാതെ
ഞാന മൈൽ കുറ്റിയിൽ മൂകനായി
ഏകനായി ഇരുന്ന നാളിൽ ഒരു
വഴികാട്ടിയായി നീ വന്നെൻ കരം
ഗ്രഹിച്ചു ലക്ഷ്യത്തിലെത്തിക്കുമെന്നു
വെറുതെ മോഹിച്ചാശിച്ചുപോയി...

ആളി പടർന്ന തീകരികിലൂടെ നീ വന്ന-
പോൾ നിൻ തീക്ഷണത

സഹിച്ചു നിൻ അരികിൽ ഞാൻ ഇരുന്നത്-
കണ്ടിട്ട് നിൻ മനോഹര നയനങ്ങളിൽ
നിന്ന് ഉതിർന്നു വീണ ചുടു കണ്ണീർ ഈ
ഭൂമിയില്ലല്ല, മറിച്ചെൻ ഹൃതിലാ-
നന്ന് പതിച്ചത്.

എന്നിരുന്നലുമാ നശിച്ച നിമിഷത്തിൻ മുൻപ്
ഒരു മാത്ര നീയെൻ തുനയ്കെത്തി -
യിരുന്നെങ്ങിൽ ഇന്നി, നശിച്ച ഇരുമ്പഴിക്കുള്ളിൽ
ഒരു മനോരോഗിയായി -
ഞാൻ .... ഇല്ല ...

എങ്കിലും ഈ അഴികുള്ളിൽ നിന്നും
എൻ സുഹൃത്തേ "അനിലാ"
നിൻ സ്പർശനം ഞാനറിയുന്നു...

14. ആര് നീ

ആര് നീ?
അനന്ത വിഹായുസിൽ
പാറി പറന്നിരുന്നതോ?
സ്വർഗ്ഗ കവാടത്തിൽ
നിന്ന് ഭൂവിലക്ക്
അയച്ച പൊടിയോ?

മാതാവിൻ ഗർഭപാത്രത്തിൽ
ഒരു കടുകു കണക്കെ
നീ ഉരുവായി.
മനസും ശരീരവും
മാസങ്ങൾ കൊണ്ട്
ഉറച്ചു തുടങ്ങി.

അന്തകാരത്തിൻ അടിമയോ
എന്ന് പാലയാവർത്തി
നീ ആരാഞ്ഞു.
കാലം തികഞ്ഞപ്പോൾ
നീ ഉരുവായി
വെളിച്ചത്തിലേയ്ക്കു.

ആര് നീ?
വെളിച്ചത്തിൻ അടിമയോ
എന്നായി അടുത്ത ചോദ്യം.
മർത്യർ എല്ലാം അടിമകൾ

ഒന്നല്ലെങ്കിൽ മറ്റൊരാളുടെ,
എല്ലാം അടിമകൾ.
നടക്കാൻ ആകാതെ
രണ്ടു വർഷം.
വാക്കുകൾ തെളിയാതെ
രണ്ടു വർഷം.
അക്ഷരങ്ങൾ പഠിക്കാൻ
അതിലേറെ വർഷം.
എന്നിട്ടും,
ആര് നീ?
വിദ്യ അഭ്യസിച്ചു
ലോകം വെട്ടി പിടിക്കാൻ
ഇറങ്ങി തിരിച്ചു.
ലോകം അടിമയാക്കി
പിന്നീട് ലോകവും വിട്ടു
ആര് നീ?

അടിമയെ നഷ്ടപെട്ടവർ
വേറൊരു അടിമയെ കണ്ടെത്തി
അടിമ തന്നോട് ചോദിച്ചു
ആര് നീ?

15. ഏകാന്തത

ഏകാന്തതയുടെ ദേവ,
നിൻ ഗന്ധം എൻ
ശ്വാസ കോശങ്ങളെ
വ്യണപെടുത്തുന്നു.
നീ എൻ എല്ലാ-
മെല്ലാംമായിരുന്നൊരുനാൾ
മറ്റെല്ലാം നശിച്ച്
ഏകാനായി നിന്നെ ഞാൻ
മാടി വിളിച്ച നാൾ
ഇന്നുമെൻ മനസ്സിൽ
ഉടയാത്ത ചിത്രമായി നിൽകുന്നു.

സ്നേഹ ദൂതൻ മാറിയ നാൾ
നിശബ്ദതയുടെ ഭീതിയിൽ
അകലെ നിൻ കാലൊച്ച
കേട്ട് ഞാൻ അറിഞ്ഞടുത്തു.
നീ എൻ മിത്രമായ നാൾ
മുതൽ ലോകർ എന്നിൽ
നിന്ന് അകന്നു മാറി.
സുഹൃത്തേ, എൻ മനം മടുത്തു.

അന്ന് എൻ പ്രിയതമ
കരിനീല കണ്ണുമായി
എന്നോട് ഒപ്പം നടന്നിരുന്നു.
എന്നാൽ ഇന്ന്

തീ തുപ്പും കണ്ണുമായി
നീ എനിക്ക് കാവൽ ഇരിക്കുന്നു.
നിൻ ഗന്ധം എത്ര രൂക്ഷം
എൻ ഹൃദയ നൊമ്പരം
അറിഞ്ഞിരുന്ന എൻ കളിപാവ
പോലും എന്നെ വിട്ടകന്നു.

ഈ ലോക മോദങ്ങളിൽ
ഞാൻ ഉഴന്നു നടന്നീല
എന്നിട്ടും മാലോകർ
എന്നെ വിട്ടകന്നു
വെറുതെ പോയി മറഞ്ഞു.

സ്നേഹിതാ ഒരു മാത്ര,
ഒരു മാത്ര മാത്രം
എന്നെ വിട്ടകലൂ
ഒരു കാലൊച്ച
ഒരു നറു മണം.
ഒരു മാനവൻ
എങ്കിലും കടന്നു വരട്ടെ
എൻ ചാരത്തേക്ക്
ഈ ലോകം വിടും മുൻപേ.

16. നിൻ സ്നേഹം

നിൻ ശ്വാസം എൻ കാതിൽ കേൾക്കുന്നു
നിൻ അഴൽ എൻ ഹൃദയത്തിൽ മുഴങ്ങുന്നു
നിൻ കണ്ണീർ എൻ മാറിടത്തിൽ വീണു പൊള്ളുന്നു
നിൻ നൊമ്പരങ്ങൾ എൻ നെഞ്ച് കീറുന്നു.
ഞാൻ അറിയുന്നു നിൻ സ്നേഹം
ഞാൻ കേൾക്കുന്നു നിൻ രോദനം
ഞാൻ അനുഭവിക്കുന്നു നിൻ വേദന
സ്നേഹിതേ, ഞാൻ പറയട്ടെ
നീ എൻ പ്രേമം അല്ല, നീ എൻ ഹൃദയം
നീ എൻ ആസക്തി അല്ല, എൻ ജീവൻ
നീ എൻ മോഹം അല്ല, എൻ സ്പന്ദനം.
നീ ഇല്ലാതെ എനിക്കു ജീവൻ ഇല്ല
നീ ഇല്ലാതെ എനിക്കു പ്രസന്നത ഇല്ല
നീ ഇല്ലാതെ എനിക്കു മിടിപ്പ് ഇല്ല
നീ ഇല്ലാതെ ഞാൻ ആരുമല്ല.

17. പാറാവുകാരന്

ഞാൻ അറിയുന്നു
ഞാൻ ആരെന്ന്
ഞാൻ അറിയുന്നു
ഞാൻ എന്തെന്ന്.

ഞാൻ അറിയുന്നു
എൻ ശബ്ദമെന്തെന്നു.
ഞാൻ അറിയുന്നു
എൻ നിറമെന്തെന്നു.

ഞാൻ അറിയുന്നു
എൻ ജാതി എന്തെന്ന്.
ഞാൻ അറിയുന്നു
സ്നേഹിതർക്കു ആരെന്ന്.

ഞാൻ അറിയുന്നു
എൻ നാവിൻ കുരുക്ക്.
ഞാൻ അറിയുന്നു
എൻ കാതിൻ ബന്ധനം.

ഞാൻ കാണില്ല
ഞാൻ മിണ്ടില്ല
ഞാൻ കേൾക്കില്ല
ഞാൻ ചിരിക്കില്ല.